RUBY TỰ TIN

*Tôi đã từng bước lột bỏ lớp bụi tự ti, để tự tin tỏa sáng,
làm chủ cuộc đời mình như thế nào.*

GIANG RITA

Mục lục

Lời mở đầu

Những người đeo mặt nạ

Chiếc mũi tẹt của tôi

Cô bồ nông khàn khàn

Bức tường tâm trí

Những lần lên đỉnh

Đâm đầu vào... "nỗi sợ"

Câu chuyện con muỗi

Trạm lắng nghe

Phòng tập Gym-masters

Tôi không phải là siêu nhân

Lời chia tay

Đôi nét về tác giả

Quà tặng bất ngờ

Quét mã QR và nhận quà

www.giangrita.com

Lời mở đầu

Bạn biết cảm giác lo sợ khi người khác đánh giá về mình chứ?

Tôi vẫn còn nhớ mãi lần đầu tiên mình đứng nói trước đám đông. Đó là một lớp đào tạo nội bộ hơn 20 bạn giao dịch viên mới vào ngân hàng.

Buổi tối trước ngày hôm ấy, tôi đã rất lo lắng. Để chuẩn bị cho phần trình bày tốt nhất, tôi đã làm những slide tỉ mỉ từng chút một. Cảm giác hồi hộp theo tôi đi cả vào trong giấc ngủ đêm đó.

Tôi trằn trọc với những câu hỏi dồn dập xuất hiện trong đầu: *"Liệu tôi có nói tốt không nhỉ? Hay tôi sẽ vấp váp, lúng túng? Mọi người sẽ đánh giá tôi như thế nào? Nếu tôi làm không tốt, liệu các sếp có đánh giá về năng lực của tôi?"*

Lo lắng và bồn chồn, tôi cố gắng nhắm mắt, hít thở sâu để bình tĩnh lại. Tự nhủ rằng mình đã chuẩn bị kỹ lưỡng, mọi chuyện sẽ ổn thôi, nhưng những lo âu vẫn len lỏi trong tâm trí tôi. Cuối cùng, tôi thiếp đi lúc nào không hay...

Sáng hôm sau, nếu bạn ở cùng tôi trong văn phòng điều hòa se lạnh ấy, bạn sẽ thấy tôi đứng phía bên bảng trình chiếu, thao thao bất tuyệt về một quy trình nghiệp vụ, với những slide đẹp đẽ mà tôi đã dày công làm mất cả tuần liền.

Còn phía dưới, người thì bấm điện thoại, người nói chuyện riêng, người thì ngáp... chỉ có một vài bạn ngồi bàn đầu, gần tôi nhất thì (có lẽ rất cố gắng) để mở to cặp mắt, tay chống cằm nhìn tôi... liệu con chữ có vào tai trái ra tai phải hay không thì tôi cũng không rõ.

Khi đó, tôi đã rất cố gắng để lấy lại sự chú ý của học viên bằng việc nói to hơn, nhưng không khả quan cho lắm. Tôi cảm giác giọng nói của mình cũng chỉ như cơn gió thoảng. Phía dưới, ai vẫn làm việc nấy.

Kết thúc buổi đào tạo, tôi thở phào vì cuối cùng cũng đã xong, nhưng trong lòng tôi lại tràn đầy sự thất vọng. Tôi thất vọng vì bản thân mình. Tại sao mình lại nói tệ như thế, tại sao mình không thể khiến học viên chú ý hơn, tại sao...?

Đó là một trải nghiệm đau đớn khi lần đầu nói trước đám đông. Tôi thầm nghĩ, đó mới là lớp của các bạn thử việc thôi đó, lỡ sau này tôi phải đi đào tạo cho các lớp mà học viên là những người dày dạn kinh nghiệm, rồi ở những cấp cao hơn, thì sẽ còn khủng khiếp thế nào? Ôi, tôi không tưởng tượng ra nổi!

Bạn có từng trải qua cảm giác tương tự như vậy chưa? Bạn nỗ lực hết sức mà kết quả không như ý?

Sau sự kiện đó, tôi cảm thấy lạc lõng, mất kết nối. Mọi thứ thật tệ hại.

Tôi đã nghĩ: công việc này không phải dành cho mình. Mình chỉ hợp với những việc *làm một mình.*

Thực tế thì chẳng có việc gì là việc "*làm một mình*" cả, kiểu gì tôi cũng phải giao tiếp thôi. Ngay cả freelancer[1], cũng phải giao tiếp với khách hàng, rồi làm chủ cũng phải giao tiếp với đối tác, cấp dưới, huống chi là đi làm thuê như tôi lúc đó.

Cũng phải thôi, tôi vốn rụt rè từ bé mà. Hồi nhỏ, tôi có một đặc điểm là: rất sợ chào người lạ.

Với những đứa trẻ khác, thì việc chào người lạ là hiển nhiên. Còn tôi, tôi chỉ muốn mình tàng hình trước mọi người. Tôi luôn cầu mong đừng ai để ý đến tôi,

____

[1] Freelancer: Người làm công việc tự do

hãy để tôi yên trong thế giới của riêng mình, và không liên quan đến ai cả!

Bố mẹ tôi luôn nhắc: khi đi ra ngõ gặp ai đó, hoặc có khách đến nhà thì con phải chào to lên cho mọi người nghe thấy. Nhưng tôi thì chỉ nói lí nhí trong miệng thôi.

Hồi học lớp 2, tôi nhen nhóm ý tưởng viết một câu chuyện cho riêng mình. Ba người bạn thân cùng những câu chuyện thường ngày được vẽ nên bằng những nét chữ nguệch ngoạc trên hai trang giấy học sinh. Câu chuyện ấy là một bí mật rất lớn, được tôi cất giữ cẩn thận vì sợ ai đó đọc được sẽ chê cười.

Nhưng rồi, bí mật ấy không còn là bí mật. Mẹ tôi vô tình tìm thấy trang giấy, và trong bữa cơm tối, câu chuyện của tôi được chia sẻ với cả nhà. Mọi người cười vang khiến tôi bối rối. Má tôi đỏ bừng, tim đập nhanh, một cảm giác xấu hổ, ngại ngùng len lỏi trong tôi.

Đó là lần đầu tiên, và cũng là lần cuối cùng tôi viết truyện. Nỗi sợ bị đánh giá, bị chê cười lấn át hoàn toàn niềm đam mê viết lách. Từ đó, tôi đóng chặt cánh cửa sáng tạo, tự gán cho mình mác "không có khả năng viết lách". Nỗi sợ thể hiện bản thân ngày càng lớn dần trong tôi, kìm hãm những ý tưởng và ước mơ.

Liệu cánh cửa sáng tạo đã hé mở thuở nhỏ ấy có mãi mãi đóng kín? Hay một ngày nào đó, tôi sẽ đủ can đảm để bước qua nỗi sợ hãi và tìm lại niềm đam mê của mình?

Tôi từng tưởng rằng sự mạnh dạn, tự tin tỉ lệ thuận với số tuổi, nhưng không phải. Lên lớp 9 rồi, tôi vẫn nhát.

Tôi còn nhớ một kỷ niệm vào giờ học Hóa, phần kiểm tra miệng đầu giờ. Cô giáo đặt câu hỏi và ưu tiên tinh thần xung phong. Tôi khi đó, đã có câu trả lời nhưng vì sợ sai, nên không dám giơ tay. Cuối cùng, một bạn khác trong lớp xung phong trả lời, và bạn biết không, đáp án của bạn ấy giống hệt tôi nghĩ.

Rồi bạn ấy được nhận điểm 10.

Còn tôi thì được nhận cảm giác tiếc nuối vô cùng.

Tôi tự trách mình: Tại sao mình không dám giơ tay, tại sao mình lại nhút nhát đến thế, để rồi bị vuột mất một con điểm 10 đỏ chói đáng tự hào kia. Tại sao...? Tôi ước giá như mình có thể dũng cảm và tự tin hơn vào chính mình.

Đó chỉ là một trong rất nhiều lần tiếc nuối ở quãng thời gian đi học của tôi, những lần không dám phát biểu, những lần sợ sai, để rồi tôi chỉ là một học sinh mờ nhạt, làng nhàng. Danh hiệu thì cũng được học sinh giỏi đấy, nhưng không có gì nổi trội cả. Vì tôi vẫn luôn có một nỗi sợ to đùng bên trong mình:

Nỗi sợ thể hiện bản thân.

Có đôi khi, tôi cũng tự hỏi: Nếu cứ mãi như vậy, thì cuộc đời mình sẽ thế nào? Quanh đi quẩn lại chỉ là những tháng ngày mờ nhạt trôi qua chẳng có gì đáng kể ư?

Thế nhưng, tôi cũng chẳng dám hành động, chẳng dám thay đổi...

Đó đã là quá khứ, còn hiện tại....

"Cô giáo dạy hay lắm, kiến thức rất thực tế và hữu ích!"

Đó là lời khen tôi nhận được từ một giám đốc chi nhánh ngân hàng, sau buổi đào tạo về nghiệp vụ vận hành cho hơn 30 cán bộ quản lý vào tháng 8/2022.

Tôi đã rất hạnh phúc!

Những thông tin, những giá trị mà tôi muốn chia sẻ đến mọi người đã đến được với họ đúng cách, mà không bị vào tai trái ra tai phải rồi tan biến vào hư vô.

Không chỉ vậy, tôi cũng tự tin làm người dẫn chương trình cho một buổi lễ ra mắt sách hơn 2 tiếng đồng hồ. Cuối buổi lễ đó, một người thân của tôi bước tới mỉm cười, và nói: "Giang dẫn chương trình rất có duyên nhé, không khác gì MC chuyên nghiệp cả."

Bên cạnh đó...

Tôi cũng đảm nhận vai trò giám đốc Toastmasters khu vực miền trung Việt Nam, quản lý 6 câu lạc bộ (CLB), trực thuộc Toastmasters International, một tổ chức giáo dục phi lợi nhuận quốc tế có tuổi đời 100 năm, với số lượng thành viên trên toàn thế giới tới hơn 300.000 người.

Bản thân tôi cũng góp phần phát triển Toastmasters Việt Nam bằng việc sáng lập CLB Hanoi Xplorers Toastmasters, giúp mọi người rèn luyện kỹ năng giao tiếp và thuyết trình, và cũng đã thực hiện hàng chục bài nói truyền cảm hứng trên khắp đất nước.

Đặc biệt, vượt qua những rào cản từ gia đình và xã hội, tôi đã tự tin lựa chọn lối dinh dưỡng cho riêng mình, và viết hẳn một cuốn sách giúp mọi người tự tin với lựa chọn đó. Cuốn sách có tên Cuộc Cách

Mạng Một Quả Chuối, nói về chế độ ăn nguyên xanh với dinh dưỡng thuần thực vật.

Bạn có tò mò chuyện gì xảy ra hay điều gì đã thay đổi tôi không?

Đó là lý do cuốn sách "Ruby tự tin" ra đời.

Tôi chưa từng nghĩ sẽ viết về hành trình này cho tới khi ông xã tôi gợi ý: Vợ có nhiều câu chuyện truyền cảm hứng lắm, sao không viết một cuốn sách đi!

Ban đầu tôi cũng có chút e ngại, vì nói thật là ngày xưa văn vẻ của tôi cũng không tốt lắm. Rồi tôi nhớ lại kỷ niệm đau thương với câu chuyện "ba người bạn" hồi lớp 2, nên tôi lại càng chùn bước. Thế nhưng cuối cùng, sự hào hứng muốn chia sẻ những câu chuyện và trải nghiệm của mình đã chiến thắng. Tôi đã làm một chiếc bìa sách xinh xắn, đăng lên trên

Facebook và được mọi người hưởng ứng rất tích cực.

Tôi nghĩ, có thể có nhiều bạn giống mình ngày xưa, muốn thể hiện bản thân mà không dám, nên đã bỏ lỡ nhiều cơ hội trong đời. Tôi không muốn họ phải nuối tiếc như tôi đã từng, tôi muốn viên ruby tự tin trong họ luôn tỏa sáng, và xứng đáng có được thành công hạnh phúc họ mong muốn.

Cuốn sách sẽ giúp bạn thế nào

Thông qua trải nghiệm của mình, tôi nhận ra bên trong mỗi người đều ẩn chứa một viên ruby tự tin tuyệt vời. Chỉ là có quá nhiều lớp bụi tự ti, khiến nó không có cơ hội tỏa sáng và ngày càng bị lãng quên.

Chính vì thế, mỗi câu chuyện trong sách sẽ dần giúp bạn nhận ra và loại bỏ lớp bụi này, để có thể từng bước tự tin hơn, không chỉ trong giao tiếp, mà còn trong bất cứ lĩnh vực nào bạn mong muốn.

Tôi tin rằng chỉ có hành động mới đem lại kết quả, vì thế mà đan xen trong sách là những mẹo nhỏ mà có võ, là những bài thực hành thú vị, để giúp viên ruby tự tin của bạn có cơ hội được bộc lộ càng sớm càng tốt.

Lưu ý khi đọc sách

Hãy hình dung mỗi chương sách giống như một cuộc trò chuyện giữa chúng ta, trong một quán cafe ấm cúng nào đó.

Vì thế, sau chương này, bạn có thể đọc bất cứ phần nào bạn thích, hoặc đơn giản là bạn đọc từ đầu tới cuối...

Điều quan trọng là khi gặp những gợi ý hành động, bạn hãy thực hành ngay, hoặc sắp xếp thời gian thực hiện bất cứ khi nào có thể.

Những người đeo mặt nạ

Nhắc đến "mặt nạ" bạn nghĩ tới điều gì?

Tôi thì nghĩ ngay tới những ngày rằm Trung thu hồi xưa, những năm 1990. Lúc đó, tôi được mẹ mua cho đủ thứ, nào mặt nạ, nào đèn cù, đèn ông sao để đi chơi phá cỗ trông trăng với lũ bạn cùng khu tập thể. Thế nhưng, những chiếc mặt nạ nhiều màu sắc luôn thu hút tôi, từ mặt nạ Thủy thủ Mặt trăng, tới Tôn Ngộ Không, không có cái nào là tôi không muốn thử đeo lên mặt.

Khi đeo chúng vào, tôi thấy mình tự tin hơn hẳn. Vì tôi có thể trở thành một cô Thủy thủ Mặt trăng xinh đẹp, hay thành Tôn Ngộ Không với 72 phép thần thông,... Nhớ lại những kỷ niệm tuổi thơ hồn nhiên ấy, tôi không khỏi bật cười. Những chiếc mặt nạ tuy đơn giản nhưng đã mang đến cho tôi và lũ bạn cùng xóm những giây phút vui vẻ, những tưởng tượng ngộ nghĩnh và cả một tuổi thơ đáng nhớ.

Nhưng khi lớn lên, tôi không còn hứng thú với mặt nạ nữa. Vì thật ra tôi đã phải đeo nó hàng ngày.

Đi học, tôi mang theo chiếc mặt nạ của sự ủ rũ, tự ti, che lấp đi đằng sau là mong muốn thể hiện bản thân. Để rồi về nhà, tôi luôn tiếc nuối vì đã không dám phát biểu, và bỏ lỡ những điểm số đáng tự hào.

Đi làm, hay đi chơi, tôi đều mang theo chiếc mặt nạ xinh đẹp tự tạo, với hàng lớp phấn, son môi, kẻ mày, kẻ mắt,.. Để rồi, cuối mỗi ngày, tôi thấy mệt mỏi và kiệt sức, gỡ từng lớp trang điểm ra để được là chính mình.

Đôi khi, tôi tự hỏi: Vì sao mình phải đeo quá nhiều "mặt nạ" như thế? Nó có làm mình vui không?

Rồi lại tự trả lời: Mình thấy mình xinh đẹp, dễ thương, được nhiều người yêu quý. Vậy là tốt rồi, mình còn đòi hỏi gì nữa? Nhiều người còn đang mong được như mình đó.

Nhưng, đâu đó trong tôi vẫn có một sự trống rỗng mơ hồ.

Một buổi tối muộn khi đi làm về, mệt mỏi lê đôi giày cao gót 9cm về căn hộ tầng 14 của một khu chung cư tại Sài Gòn, tôi tự hỏi: Tất cả những thứ này có ý nghĩa gì?

Rồi tôi ngẫm: Được khen xinh đẹp, ừ thì cũng vui, nhưng rồi sao nữa? Để làm gì? Tôi đâu phải là một cô búp bê trong tủ kính? Được khen tài giỏi, ừ thì cũng vui, nhưng rồi sao nữa? Tôi đâu phải là một con rô-bốt chỉ biết làm việc và làm việc.

Hmmm... tôi thấy thật vô nghĩa! Và tôi bắt đầu thấy chán ngấy những chiếc mặt nạ màu mè bên ngoài đó!

Tôi cần một nơi để được thể hiện chính mình, được là chính mình.

Thật may mắn, tôi được bạn bè giới thiệu một câu lạc bộ có cái tên nghe "tây tây": HCM Toastmasters và được trải nghiệm lần đầu đứng trên sân khấu mà không có sự chuẩn bị gì. Rồi sau đó, tôi là thành viên của Vietnam Online Toastmasters, được hòa mình vào môi trường rèn luyện kỹ năng giao tiếp và lãnh đạo rất tích cực này.

Ở nơi đây, tôi gặp những người bạn mới. Những người không biết tôi là ai, nhưng họ luôn thân thiện, cởi mở, khiến tôi cảm thấy thoải mái thể hiện bản thân.

Khi tháo bỏ được chiếc mặt nạ đó, tôi thấy hạnh phúc vì được là chính mình. Đó cũng là khi tôi tìm ra ý nghĩa của cuộc sống và niềm vui đến từ bên trong bản thân mình.

Tôi muốn bộc lộ bản thân mình thật nhất có thể, mặc quần jean áo thun đi giày bệt, hoặc những chiếc váy đơn giản. Và rồi tôi cũng nhận ra, khi dám bộc lộ bản thân, bao gồm cả vẻ bề ngoài và suy nghĩ bên trong, một cách chân thật, tôi mới cảm thấy được là chính mình nhất. Người khác có thích tôi hay không cũng không quan trọng bằng việc tôi tự yêu thích chính bản thân mình.

Cảm giác "tự do" này rất tuyệt vời!!

Tôi nhận ra rằng: Khi mình đeo một chiếc mặt nạ, người khác cũng sẽ đeo mặt nạ khi tiếp xúc với mình. Nhưng khi mình bỏ chiếc mặt nạ đó ra, thì cả hai sẽ kết nối bằng con người thật của mình.

Vì thực ra, chẳng ai muốn đeo mặt nạ cả đời. Sự chân thành từ trái tim, sẽ đến được trái tim.

Ruby suy ngẫm

Còn bạn thì sao?

Bạn có đang đeo chiếc mặt nạ nào không?

Điều gì xảy ra nếu bạn cho phép mình gỡ nó ra để hít thở không khí của sự tự do, cho phép bản thân mình được là chính mình nhỉ?

Hãy dành ít phút để suy ngẫm, và nếu được, hãy viết xuống câu trả lời của bạn nhé.

Chiếc mũi tẹt của tôi

"Em thấy mình xấu thật đấy, chẳng được cái nét gì cả..."

Tôi giật mình khi nghe một cô em gái dễ thương tôi quen nói như vậy. Trong mắt tôi và nhiều người, em ấy rất xinh xắn, trắng trẻo, hay nói hay cười.

Nhưng vì sao em ấy lại tự nhận xét về mình như vậy?

"Sao em lại thấy mình xấu? Nói thật tình, chị thấy em rất xinh xắn, đáng yêu mà!"

"Đây này, chị nhìn xem." Em ấy nói rồi cho tôi xem một tấm hình chụp trên điện thoại.

Thực tình, tôi không thấy tấm hình đó có vấn đề gì cả.

"Chị thấy không?" bạn ấy nói, mặt buồn so. "Em cười mà khóe miệng em hằn vết luôn, nhìn già và xấu kinh."

"Trời đất!" tôi thốt lên. "Em không nói thì chị cũng chẳng để ý đâu."

Tôi chợt nhận ra, trước đây mình cũng đã rất không thích nhiều điểm trên gương mặt mình, và rất hay để ý chi tiết đến những điểm đó.

Tôi không hề thích đôi mắt của mình vì mí mắt bị chắp từ nhỏ cả 2 bên, bị thành sẹo nên nhìn kỹ trông như tôi có 2,5 mí vậy.

Tôi không thích cái mũi tẹt của mình, nhìn nó thật mờ nhạt trên khuôn mặt tròn ú như cái đĩa của tôi.

Tôi không thích gương mặt tròn của mình, khi đeo một chiếc kính tròn vào là nhìn tôi y chang một chú gấu trúc.

Tôi không thích nụ cười hở lợi với hai chiếc răng cửa to của mình, vì mỗi lần cười cứ ý như là một con sóc xấu xí vậy.

Thậm chí, hồi nhỏ tôi không hề thích cái tên "Thuỳ Giang", vì nó khác thường, không phải là một cái tên nào đó phổ biến như các bạn nữ khác...

Còn rất nhiều điều về bản thân mà tôi từng không hài lòng, tôi luôn mong rằng mình được "giống" người khác, được đẹp theo một vẻ đẹp chuẩn như diễn viên người mẫu trên TV!

Tôi không thích mắt mình cho đến một ngày, có người nói với tôi rằng: "Em có đôi mắt cười rất hay, đeo khẩu trang cũng biết đang cười."

Ừ nhỉ, có lẽ vì vết sẹo chắp nên hai mi mắt tôi đã cong lên thành hình trăng khuyết tự nhiên.

Tôi không thích mũi mình cho đến một ngày chị sếp người Úc nói với tôi: "Giang có chiếc mũi rất xinh."

Ừ nhỉ, có lẽ với người nước ngoài thì mũi cao dọc dừa là bình thường, và họ lại thích những thứ nhỏ nhắn như chiếc mũi nhỏ của tôi?

Tôi không thích khuôn mặt mình, cho tới một ngày người em họ tôi nói: "Vì có chiếc cằm tròn đầy và khuôn mặt bầu nên trông chị trẻ so với tuổi đấy."

Ừ nhỉ, có lẽ đó là "mặt trăng rằm" tỏa sáng, mang đến niềm vui và sự ấm áp cho mọi người!

Còn nụ cười của tôi ư, trong khi tôi chỉ tập trung vào cái tôi coi là khuyết điểm như hở lợi, thì một người bạn lại nói: "Giang có nụ cười tỏa nắng đấy nhé! Tươi tắn đáng yêu lắm."

Còn cái tên của tôi, hồi cấp 1, tôi đã từng rất không thích nó, và tôi muốn mình có những cái tên giống như các bạn nữ khác trong lớp. Tôi liền về hỏi mẹ:

"Mẹ ơi, sao mẹ lại đặt tên con là Thùy Giang?"

"Vì mẹ thấy tên đó đẹp và lạ. Một hôm mẹ thấy cái tên đó của một nhà văn trên báo Văn Nghệ, mẹ thích nên đặt tên cho con."

Sau khi nghe mẹ nói như vậy, tôi cũng xuôi xuôi, không thắc mắc vì chiếc tên "kỳ cục" của mình nữa. Nhưng thực tình cũng chưa thấy thoải mái lắm.

Cho tới một ngày, một người bạn nói với tôi: "Tên của Giang nghe đã thấy hiền dịu rồi, một dòng sông hiền hòa."

Chỉ sau khi nhận được những lời khen từ bên ngoài đó, tôi mới ý thức được rằng mọi sự khác biệt ấy đã làm nên con người mình, và tôi hạnh phúc vì được khác biệt. Thật tiếc là tôi đã không nhận thức được điều này sớm hơn!

Vì sao ta luôn cần người khác nói cho mình biết, công nhận điều gì đó ở bản thân mình, thì ta mới công nhận chính mình?

Mỗi chúng ta đều là một cá thể đặc biệt duy nhất trên hành tinh này, vậy thì rõ ràng là ta phải trân quý chứ? Và chúng ta có thể yêu quý mọi thứ thuộc về mình, chứ không cần theo "chuẩn" nào đó do ai đó đặt ra.

Khi lắng nghe những chia sẻ của các bạn nữ về những mặc cảm, tự ti về ngoại hình, tôi cũng nhận ra một điều: thường thì chúng ta sẽ rất khắt khe với những đặc điểm của chính mình.

Khi ta nhìn vào gương, ta thường chỉ tập trung vào những khuyết điểm, và nghĩ rằng ai cũng sẽ thấy chúng. Nhưng thực tế là ai cũng có những bận tâm của riêng của họ. Và "Tôi" không phải là "cái rốn của vũ trụ" để khiến mọi người chỉ tập trung vào tôi. Tôi có cái mũi tẹt thì cũng chỉ tôi tự thấy nó xấu, chẳng ai quanh tôi nói nó xấu cả.

Đừng quá để tâm rồi tự tưởng tượng ra người khác nghĩ gì về mình. Vì họ chẳng có thời gian để nghĩ về bạn đâu, họ còn bận rộn nghĩ về "cái mũi tẹt" của họ.

Mỗi người đều có những đặc điểm riêng để làm nên chính con người mình, làm nên sự duy nhất trong hàng tỷ người trên trái đất này. Hãy cứ tự tin với những gì mình có, tin vào sự đặc biệt đó đã làm nên con người mình, một "phiên bản đặc biệt" không đụng hàng với ai.

Ruby suy ngẫm

Còn bạn thì sao?

Đã bao giờ bạn tự ti vì điểm nào đó về ngoại hình của mình chưa?

Điều gì xảy ra nếu đấng tạo hóa cố tình tạo ra nó để giúp bạn trở nên độc đáo, và có nét đáng yêu riêng?

Nếu bạn cũng có điểm nào đó chưa hài lòng về bản thân, thì hãy thử làm một trải nghiệm sau.

1. Hãy liệt kê các đặc điểm đó ra.

2. Tự hỏi: Ai cũng sẽ quan tâm tới những đặc điểm này? Liệt kê họ.

3. Tự hỏi tiếp: Ủa, tại sao họ phải quan tâm? Nó có lợi ích gì cho họ?

Hãy cứ làm, và bạn sẽ cảm thấy những lo toan của mình về sự đánh giá của người khác, 99% đều... chẳng có ích gì cho cả bạn và họ.

Cô bồ nông khàn khàn

"Chú bồ nông khàn khàn

Bè trầm hùng âm vang,

Trại hè sao vui thế

Tiếng hát thêm tưng bừng."

Đây là những câu hát tôi ngân nga khi tập hát ở nhà, hồi đó tôi học lớp 5.

Mẹ tôi nghe thấy liền cười, chỉ vào tôi và nói: "Chú bồ nông khàn khàn đây này."

Lúc đó, nói thực tôi cảm thấy hơi buồn một chút vì mình hát sao không hay được như mẹ. Mẹ tôi hát rất hay, hồi nhỏ tôi thích nghe mẹ hát lắm.

Nhưng tôi thích hát, các giờ học hát trên lớp, tôi đều rất cố gắng học theo các nốt nhạc cô giáo dạy. Tôi thích các âm thanh trầm bổng, giai điệu du dương của những bài hát. Nhưng thanh quản của tôi thì hoạt động không theo ý tôi gì cả, nó khá mải chơi nên hay chạy lung tung lắm.

Tôi thích hát, nhưng vì hát không hay nên thường chỉ dám tự ngân nga một mình trong phòng tắm và hy vọng không ai nghe thấy giọng của "cô bồ nông khàn khàn" này.

Tôi cũng từng rất ngại thể hiện mình trên mạng xã hội. Facebook của tôi nếu có bài viết thì chỉ thường là ảnh chụp chung với bạn bè, hoặc ảnh chụp phong cảnh, cỏ cây hoa lá...

Tôi luôn e dè việc thể hiện bản thân như thế đấy, vì sợ người khác đánh giá không hay về mình. Một nỗi sợ luôn thường trực trong tôi: Nỗi sợ thể hiện bản thân.

Một buổi sáng mùa Xuân cách đây 2 năm, trong khi đang tưới nước cho giàn cây hoa trước ban công nhà, tôi ngân nga bài hát "Mùa xuân nho nhỏ". Rồi tự thấy bài hát này hay quá, lời bài hát rất ý nghĩa. Tôi chợt nảy ra ý định: hay là thử quay lại rồi đăng lên Facebook xem sao? Tôi đang rất vui và tôi muốn chia sẻ niềm vui này với mọi người, vậy thôi.

Thế là tôi cầm điện thoại lên và quay lại đoạn clip mình ngồi hát.

"Mọc giữa dòng sông xanh

Một bông hoa tím biếc

Ôi con chim chiền chiện

Hót chi mà vang trời

Từng giọt long lanh rơi

Tôi đưa tay hứng lại..."

Khi xem lại, tôi thấy rất vui dù mình hát không hay, nhưng được làm điều mình thích và chia sẻ với mọi người đã khiến tôi cảm thấy rất thoải mái. Không phải ai cũng là ca sĩ, nhưng bất kì ai cũng có quyền hát. Mình thích thì mình hát thôi!

Clip đó có số phận cũng không "bi đát" như tôi tưởng, nhiều bạn bè Facebook để lại comment tích cực cùng rất nhiều biểu tượng "like" và "tim" khiến tôi rất vui. Cảm giác được làm những điều mình muốn mà không sợ người khác phán xét, đánh giá rất tuyệt vời. Đó chính là sự Tự Do!

Sự Tự Do đó đã giúp tôi dám Tự Tin thể hiện chính mình!

Chính từ những lần chia sẻ trên mạng xã hội như vậy, sự tự tin của tôi tăng dần lên.

Lúc đầu chỉ là chia sẻ bài viết thể hiện quan điểm cá nhân. Ví dụ một lần, tôi đã viết và đăng một bài nói về những nỗi sợ tưởng tượng. Bài viết cũng đã nhận được nhiều phản hồi rất tích cực.

Sau đó là những album ảnh chụp tôi tự tin thả hồn bắt dáng, mà ai nhìn chắc cũng không thể hình dung được ngày xưa tôi nhút nhát thế nào.

Sau đó là những đoạn clip ngắn, những bài thuyết trình tôi thực hiện tại Toastmasters. Ví dụ như bài nói về 5 ngôn ngữ tình yêu, bài nói về yêu thương bản thân, và rất nhiều những clip khác đã được tôi đăng công khai trên mạng xã hội.

Và giờ là những bài nói về lối dinh dưỡng hiện đại, những bài nói về cuốn sách Cuộc Cách Mạng Một Quả Chuối của tôi, với hi vọng mọi người ngày càng để ý hơn về lối dinh dưỡng khoa học, giúp cho thân lành tâm mạnh này.

Tôi đã dần tự tin thể hiện chính mình như thế. Trải qua mỗi hành động từ nhỏ tới lớn, lớp bụi tự ti trong tôi dần dần biến mất, để lộ viên ruby sáng bóng.

Tôi tin bạn có thể làm được!

Ruby hành động

Giờ hãy thử liệt kê ra xem bạn có thể làm gì nhé, dù nhỏ thôi cũng được. Bạn có thể tự liệt kê, hoặc tham khảo 3 hành động nhỏ gợi ý dưới đây, chọn 1 cái và hành động thôi.

1) Bắt đầu chia sẻ quan điểm cá nhân: Viết bài đăng trên mạng xã hội về những chủ đề bạn quan tâm, từ những suy nghĩ đơn giản đến những trải nghiệm cá nhân. Bắt đầu với những bài viết ngắn gọn, dễ thực hiện để dần dần xây dựng thói quen chia sẻ.

2) Lưu giữ khoảnh khắc tự tin: Chụp ảnh hoặc quay video những khoảnh khắc bạn cảm thấy tự tin, thể hiện bản thân một cách thoải mái và vui vẻ. Việc lưu giữ hình ảnh giúp bạn ghi nhớ những thành công và củng cố niềm tin vào chính mình.

3) Tham gia các hoạt động tập thể: Toastmasters, câu lạc bộ hoặc nhóm sở thích để rèn luyện kỹ năng giao tiếp, thuyết trình và kết bạn mới. Môi trường tập thể giúp bạn cởi mở, bớt nhút nhát và tự tin thể hiện bản thân hơn.

Bức tường tâm trí

Đó là năm tôi học lớp 7, trong một lần nghỉ hè về quê chơi, tôi đã phát hiện ra mình có một siêu năng lực...

Bóng chiều nhuộm vàng con đường làng nhỏ, lũ trẻ chúng tôi tung tăng nô đùa trên lối đi quen thuộc về nhà bà nội. Tiếng cười giòn tan vang vọng, xua đi vẻ yên bình vốn có của nơi đây.

Bỗng đâu có tiếng chó sủa rất to từ một nhà bên đường vang lên làm cả lũ đứng tim.

"Ôi!" tôi thét lên thất thanh. "Chóoooo!!"

Từ cánh cổng đang mở toang, một chú chó hung dữ lao ra như một mũi tên, phi thẳng về phía chúng tôi.

Cả lũ hét toáng lên rồi chạy thục mạng. Lúc đó, tôi còn quá nhỏ để biết là khi gặp chó thì không được chạy, nên cứ thế cắm đầu phi đi.

Tôi rất sợ chó, từ khi bé tí đã sợ rồi, chỉ cần nghe tiếng chó sủa là tôi sợ đứng tim. Tôi lại còn là một đứa chạy siêu chậm, luôn đứng bét lớp môn chạy bộ và các hoạt động thể dục khác như nhảy xà. Nhưng vào giờ phút sinh tử ấy, không hiểu có một năng lực siêu nhiên nào đó bên trong tôi trỗi dậy.

Kết quả là, tôi đã không chỉ chạy nhanh nhất nhóm mà còn phi lên trên một bức tường rào rất cao gần đấy!!

Ngồi trên bờ tường, tôi run cầm cập nhìn người chủ nhà lao tới, tóm cổ con chó hung hãn đó và lôi nó trở lại trong nhà.

Tôi thở phào trong khiếp hãi.

Kể từ sau lần đó, tôi bỗng có niềm tin vào việc mình có thể chạy nhanh hơn mình nghĩ nhiều lần. Thậm chí có thể đi thi môn nhảy xà nữa đấy! Sau mùa hè ấy, tôi quay trở lại trường và tự tin hơn hẳn với bộ môn thể dục, vốn là nỗi ác mộng của tôi từ hồi bắt đầu đi học tới lúc đó.

Dù sau này, tôi không trở thành vận động viên điền kinh hay nhảy xà, nhưng kỷ niệm ấy đã cho tôi thấy rằng tiềm năng trong tôi lớn hơn mình nghĩ rất nhiều. Chỉ cần tôi dám vượt qua "bức tường" trong tâm trí mình và cho nó có cơ hội thể hiện.

Tất nhiên, tôi mong bạn sẽ chủ động tạo ra cơ hội, hơn là để con gì đó khủng khiếp đuổi theo để mong phát hiện ra siêu năng lực.

Dù thế nào, bạn khó mà biết năng lực thực sự trong mình lớn đến đâu nếu không cho nó có cơ hội thể hiện.

Ruby suy ngẫm

Hãy nghĩ về một lần nào đó mà bạn ngạc nhiên về chính mình.

Bạn không có ư?

Hãy hỏi bạn bè, người thân của bạn, xem có bao giờ họ thấy bạn làm một điều gì đó khiến họ ngạc nhiên không?

Tin tôi đi, đôi khi bạn sẽ phải bất ngờ với kết quả đấy.

Những lần lên đỉnh

Bạn đã từng lên đỉnh chưa?

Ý tôi là một đỉnh núi nào đó. Nếu có, hẳn bạn sẽ hiểu cảm giác tôi miêu tả sau đây.

Tôi đứng đó bên sườn núi, nhìn xuống lán trại nghỉ chân mà không khỏi choáng ngợp với vẻ đẹp ấy. Nắng chiếu lên các sườn núi trước mặt tôi, những cụm mây lãng đãng trôi vờn quanh, làn gió nhẹ bao quanh tôi, không khí buổi sớm tinh sương trên núi khiến cơ thể tôi như muốn bay lên không trung.

Tất cả thật kỳ ảo.

Không kìm được, tôi lấy ngay máy ảnh và chụp lại khoảnh khắc tuyệt đẹp này!

Tôi vốn là một người rất ngại các hoạt động thể chất phải vận động nhiều. Nhưng những năm tháng tuổi trẻ lang thang du lịch đã dẫn tôi đến với sở thích leo núi lúc nào không hay.

Tôi còn nhớ lần đầu tôi leo núi là đỉnh Pha Luông ở Sơn La với độ cao khoảng hơn 2.000m, rồi gần đây là các đỉnh khác như Lảo Thẩn, Nhìu Cồ San ở Lào Cai, Tà Chì Nhù ở Yên Bái với độ cao từ 2.900m tới ~ 3.000m.

Có thể bạn sẽ thắc mắc: Leo núi có gì vui mà tôi và nhiều người ham mê như thế?

Không chăn ấm đệm êm, không tiện nghi, không nhà hàng khách sạn... Tất cả chỉ là núi rừng, đất cát lấm lem, tặng kèm thêm những món quà của thiên nhiên như muỗi, vắt,... và còn có phần nguy hiểm nữa.

Tôi không thể phủ nhận: Leo núi rất mệt.

Tôi nhớ rất rõ cảm giác ấy trong chuyến leo lên đỉnh Tà Chì Nhù 3 năm trước, khi tôi đếm từng bước chân, từng hơi thở trên đường leo; những đoạn nghỉ chân nhưng không được dừng quá 10 nhịp đếm vì nếu dừng lâu hơn thì cơ thể phải lấy đà lại sẽ mệt hơn.

Bạn dẫn đoàn đi bên tôi thi thoảng động viên, "Cố lên, sắp đến rồi..."

Tôi thở dài, nghĩ bụng, "*Sao câu đó nghe quen thế, bạn ấy vừa nói mấy lần trước rồi mà???*"

Đôi khi mệt quá, tôi cũng tự động viên: Sắp tới rồi, mình làm được, mình phải làm được! Và tiếp tục bước.

Rồi có lúc, tôi thấy mệt thật sự!

Cảm giác như chân mình không nhấc lên nổi nữa, từng tế bào trong cơ thể tôi như muốn đình công, chúng kêu gào đòi tôi dừng lại. Nhưng một tiếng nói thôi thúc bên trong trỗi dậy, và những người bạn đồng hành bên cạnh đã cho tôi sức mạnh để bước tiếp. Tôi không cho phép mình bỏ cuộc!

Đôi lúc trên đường đi có những đoạn được nghỉ dài hơn một chút, tôi được chiêm ngưỡng cảnh tượng hùng vĩ của núi non bao quanh. Khung cảnh ấy như tiếp thêm cho tôi năng lượng để tiếp tục hành trình thử thách phía trước.

Và...

"Ôi, *đỉnh núi đây rồi!*" con tim tôi thốt lên, vỡ òa trong sung sướng.

Tôi đứng đó, trên đỉnh núi và nhìn xuống chặng đường đầy gian nan mà mình đã vượt qua. Một cảm giác tuyệt vời đến khó tả!

Hầu như ai bước vào con đường leo núi cũng sẽ trở nên cuồng nhiệt với nó. Tuy leo núi vừa mệt vừa như "hành xác", nhưng những trải nghiệm thú vị trên đường đi sẽ khiến ta nhớ mãi. Cảm giác đứng trên cao và nhìn những mây núi hùng vĩ xung quanh mới thật choáng ngợp làm sao!

Tất nhiên, những chuyến leo núi cũng có độ hên xui nhất định, khi không phải tất cả các chuyến đi đều trời quang mây tạnh như chuyến Tà Chì Nhù đó, để tôi được chiêm ngưỡng những suối mây và những đỉnh núi hùng vĩ trong tia nắng sớm mai.

Có những chuyến đi không may một chút, như chuyến Pha Luông. Chúng tôi gặp mưa liên tiếp, và khi lên tới đỉnh thì trời mây mù không nhìn được gì, chỉ thấy như đang đứng trong một chiếc tủ lạnh khổng lồ vậy! Nhưng dù cho như thế, trong tôi vẫn là một cảm giác tự hào vì mình đã có thể vượt qua giới hạn bản thân để chinh phục được đỉnh núi đó.

"Đường khó khăn, chứng tỏ bạn đi lên. Đường dễ dàng, là bạn đang trượt dốc." ~ Ngạn ngữ.

Ngẫm lại, tôi thấy câu nói này thật đúng.

Khi leo núi, tôi lựa chọn cho mình những con đường đầy khó khăn, để thử thách bản thân mình và cho nó cơ hội vượt qua những giới hạn bản thân từng đặt ra trước đây, để chinh phục những đỉnh núi cao dần.

Cuộc sống cũng vậy, nếu không chấp nhận những thử thách, tôi sẽ không biết khả năng của mình có thể sẽ vượt xa vòng tròn an toàn mà tôi đang tự giới hạn cho chính mình tới đâu.

Tương tự như khi leo núi, một chuyến đi có thể gặp ngày nắng đẹp hay mưa gió, cuộc sống cũng có những thử thách cho tôi trải nghiệm tuyệt vời hoặc một "cú ngã dập mặt" đau đớn. Dù là gì đi nữa, dám hành động, dám bước đi đã là một thành công.

Và mỗi một lần dám vượt qua vòng tròn giới hạn của bạn thân, tôi lại thêm một lần mở rộng vòng tròn đó. Vòng tròn đó càng lớn, năng lực của tôi càng lớn, sự tự tin của tôi càng được gia tăng.

Ruby hành động

Hãy bước tới, hãy trải nghiệm và xây dựng sự tự tin từ bên trong qua từng bước chân của chính mình.

Bạn có muốn thử leo núi giống tôi? Hoặc thử tìm đồng đội để cùng chinh phục một thứ gì đó mà mới nghĩ đến bạn đã ngại mà xem?

Tin tôi đi, cảm giác đó tuyệt lắm!

Đâm đầu vào... "nỗi sợ"

Một chiều hè năm 2021, tôi thầm nghĩ: Uhm, mình đã chán ngấy cảnh cuối tuần nào cũng như cuối tuần nào rồi đó, kiếm một chỗ nào đó đi chơi đổi gió xem sao!

Thế là tôi có mặt ở một câu lạc bộ Toastmasters nói tiếng Anh tại Quận 3, Sài Gòn.

Buổi sinh hoạt bắt đầu, tôi thấy một bạn đang đứng trên sân khấu và giới thiệu về việc bạn sẽ đem tới một vở kịch về hai mẹ con, người con đang thuyết phục người mẹ về việc cho phép bỏ học Đại học để đi theo con đường làm gamer chuyên nghiệp. Vấn đề là, tôi thấy chỉ có bạn ấy đứng trên sân khấu một mình, còn "mẹ" của bạn ấy đâu?

Thế rồi, chưa hiểu đầu cua tai nheo ra làm sao, tôi thấy bạn ấy nhìn tôi cười, chìa bàn tay về phía tôi và nói: "Hello, are you ready to come on stage?" (Xin chào, bạn có sẵn sàng lên sân khấu không?)

"*Trời ơi!*" tôi than thầm. "*Mình biết nói gì đây??*"

Trong đầu tôi là hai tiếng nói vang lên:

"*Ôi thôi đừng có mà lên,*" giọng nói thứ nhất thủ thỉ. "*Mình sẽ bị bẽ mặt cho coi, mình có biết cái gì mà nói.*"

"*Uhm, cũng khá sợ đó,*" giọng nói thứ hai trấn an. "*Nhưng sao mình không thử xem nhỉ. Có ai chết vì xấu hổ đâu?*"

Và thế là tôi nghe thấy mình trả lời:

"Oh yes, I'll try." (Vâng, tôi sẽ thử.)

Rồi tôi bước lên sân khấu, và ngồi xuống chiếc ghế đối diện bạn ấy.

Bạn có hiểu cảm giác đó không?

Tôi—một người hướng nội ít nói, trình độ tiếng Anh khi ấy chỉ "a bờ cờ"—đã bước ra khỏi vùng an toàn của bản thân khi đó bằng việc đến một buổi sinh hoạt của một CLB Toastmasters tiếng Anh—rồi sau đó được kéo lên một vùng không hề an toàn chút nào tiếp theo—là cái sân khấu bên dưới khoảng 30 người—để diễn kịch một cách ngẫu hứng. Đây là phiên bản sáng tạo của Table Topic, phần thuyết trình ngẫu hứng trong Toastmasters.

Tôi không nhớ nổi mình đã nói cái gì đó với cậu "con trai" của mình. Có lẽ vì bộ não của tôi có cơ chế tự động xóa sổ những gì khiến mình xấu hổ thì phải. Nhưng đồng thời, tôi cũng phát hiện ra rằng: con hổ xấu xí, con "xấu hổ" đó, chẳng thể ăn thịt được tôi. Đúng thật, chẳng ai chết vì xấu hổ cả!

Sau buổi đầu tiên đó, tôi rất thích Toastmasters. Vùng "không an toàn" đó, thực ra lại rất an toàn.

Nơi đây cho tôi một cảm giác rằng: dù tôi có mắc lỗi trong khi nói, dù tôi nói không hay, dù tôi đứng lớ ngớ trên sân khấu, thì mọi người vẫn luôn nhìn thấy những điểm tốt, vẫn có những lời khen, những lời động viên để tôi tự tin hơn và làm những vai trò thử thách hơn.

Nếu bạn muốn khám phá những năng lực tiềm ẩn, những điều mình chưa từng làm trước đây, hãy hòa mình vào một môi trường an toàn cho phép bạn làm điều đó, như một CLB Toastmasters chẳng hạn. Nơi có những người bạn luôn sẵn sàng giúp đỡ khi bạn vấp ngã, và giúp bạn đứng dậy lại.

Với tôi, Table Topic luôn là một phần thử thách đáng sợ, nhưng cũng rất đáng giá. Sợ là dấu hiệu tốt vì nó cho thấy tôi đang đi đúng đường, con đường của sự phát triển bản thân và xây dựng sự tự tin!

"The place you fear the most is the place you learn a lot." ~ Fususu

Tạm dịch: Nơi mà bạn sợ nhất cũng là nơi mà bạn học được nhiều nhất.

Ruby suy ngẫm

"Nỗi sợ" là gì và vì sao nó có tác động lớn đến hành vi của chúng ta như vậy?

Có nhiều cách định nghĩa về nỗi sợ: là cảm xúc xuất hiện từ việc nhận thức về các mối đe dọa, là khả năng nhận ra nguy hiểm, kích hoạt cơ chế Chiến hay Chạy. Nỗi sợ rất cần thiết cho sự sinh tồn...

Tuy nhiên, việc nhận thức về các mối đe dọa của chúng ta có chính xác? Mối đe dọa nào là hữu hình, mối đe dọa nào là vô hình?

Mối đe dọa hữu hình là những nguy hiểm thật sự, "nỗi sợ" rất cần thiết để cơ thể đưa ra phản ứng tự vệ, giúp chúng ta sinh tồn.

Vậy còn những mối đe dọa vô hình?

Có lẽ không chỉ riêng tôi, nhiều người trong chúng ta rất giỏi tưởng tượng ra các mối đe dọa vô hình. Nếu kể ra chắc cũng hết ngày nên tôi chỉ đơn cử một vài ví dụ:

- Nỗi sợ diễn thuyết trước đám đông vì mối đe dọa vô hình là có thể bị đánh giá không tốt.

- Nỗi sợ khi thể hiện quan điểm cá nhân với một vấn đề vì mối đe dọa vô hình là có thể bị cười nhạo.

- Nỗi sợ khi tham gia thi cử vì mối đe dọa vô hình là có thể sẽ bị trượt/ bị điểm kém/ thua cuộc.

- Nỗi sợ bước ra khỏi "Vùng an toàn" của chính mình vì mối đe dọa vô hình có thể là bất cứ thứ gì không như dự đoán...

Bạn thấy chứ, tất cả những "mối đe dọa" này đều vô hình, ta không thể nhìn thấy hay sờ thấy được. Chúng chỉ là sản phẩm của trí tưởng tượng.

Vậy thì, vượt qua nỗi sợ với những "mối đe dọa tưởng tượng" này như thế nào?

Với tôi, tĩnh tâm và quan sát suy nghĩ là một cách làm hiệu quả. Khi đó, tôi có thể nhận diện được những gì là thực sự diễn ra, những gì là do suy diễn. Khi tôi nhìn nhận sự vật sự việc theo đúng bản chất của nó, những mối đe dọa vô hình sẽ không thể cản trở tôi hành động.

Vậy, làm sao để nhận diện được đâu là mối đe dọa vô hình? Tôi đã khám phá ra một cách thú vị thông qua một trải nghiệm độc đáo trong câu chuyện tiếp theo sau đây.

Câu chuyện con muỗi

Chuyện đã xảy ra với tôi khi tham gia khóa thiền Vipassana tại Hưng Yên tháng 1/2024. Hôm đó là ngày thứ 7 của khoá, vào giờ thiền 8h-9h sáng...

Tôi đang trong quá trình chú tâm quan sát cảm giác trên cơ thể mình, bỗng một cơn ngứa nhói lên ở bên cánh mũi phải của tôi. Mặc dù cảm thấy ngứa, nhưng tôi không đưa tay lên gãi theo phản ứng tự nhiên của cơ thể mà cố gắng quan sát cảm giác như thầy đã hướng dẫn trong thời thiền đó.

Tuy nhiên, cảm giác ngứa khiến tôi không thể tập trung được, hàng loạt câu hỏi nhảy ra trong đầu tôi: *"Liệu có phải là mình đang bị muỗi đốt không nhỉ? Liệu đó có phải là con muỗi rất to mà mình vừa nhìn thấy lúc sáng ở dưới tầng 1 hay không? Ôi, chắc là muỗi rừng rồi. Nó làm mình ngứa như thế này thì chắc nó phải to lắm..!"*

Trong lúc hết sức cố gắng không đưa tay lên gãi và chỉ quan sát cảm giác, tôi cũng đồng thời hình dung ra con muỗi đang đậu ở trên cái mũi phải của tôi và chích cái ngòi to đùng của nó vào mũi tôi khiến cho cơn ngứa càng ngày càng trở nên điên dại, tới mức làm tôi không thể chịu nổi!!

Tôi đã nghĩ: "Sự chịu đựng cơn ngứa này thật quá kinh dị, nó còn khó chịu hơn cả việc chịu đựng một cơn đau do ngồi thiền quá lâu. Có lẽ, tôi không thể chịu nổi cơn ngứa này. Tôi sẽ chết mất nếu như không được gãi...!!"

Sau một hồi đấu tranh tư tưởng, tôi không thể chịu nổi nữa. Con muỗi này, nó vẫn tiếp tục châm cái ngòi vào cánh mũi của tôi và sẽ làm nó sưng lên một cục to tướng mất thôi, tôi nghĩ. Cuối cùng, mặc kệ yêu cầu của thầy hướng dẫn là không được cử động, tôi đã phải hua tay đuổi con muỗi đó đi.

Ôi, cảm giác thật là dễ chịu khi nó đã bị đuổi đi rồi, và sau đó tôi đã có thể thoải mái xoa cái mũi khốn khổ của mình. Chắc một lát nữa nó sẽ sưng to lắm, vì nó ngứa đến thế này cơ mà. Đó hẳn phải là một con muỗi siêu to khổng lồ.

Sau khi đuổi được con muỗi đi, cái mũi của tôi được yên ổn trở lại và tôi quay lại với thời thiền hết sức nghiêm túc, đồng thời cũng không quên rằng mình sẽ phải có một cái mũi cà chua trong vài ngày tới...

Khi kết thúc thời thiền, tôi vội xuống khu nghỉ, lấy cái gương trong túi ra và soi xem cái mũi của mình nó đã sưng đến mức nào...

Chao ôi kỳ lạ thay, sao chẳng có vết muỗi đốt nào ở đây cả?!!!

Tại sao lại thế được nhỉ?

Rõ ràng, tôi đã cảm thấy một cơn ngứa điên dại và chắc hẳn là đã có một con muỗi nào đó rất to chích cái ngòi vào cái mũi tội nghiệp của tôi. Tôi dường như chắc chắn vì điều đó nhưng tại sao bây giờ lại chẳng có vết muỗi đốt nào ở đây thế này?

Không lẽ, tất cả chỉ là do tâm trí tôi tưởng tượng ra và nó đã khiến tôi khổ sở như thế?

Nếu thật là như vậy, thì tôi quá ngạc nhiên vì sức mạnh của tâm trí, nó đã có thể vẽ lên một con muỗi thật đến mức không thể thật hơn, và cái cảm giác mà con muỗi tưởng tượng đó đem lại đã khiến tôi ngứa kinh khủng. Nếu so sánh giữa cơn đau nhói ở chân khi ngồi thiền và cơn ngứa do con muỗi tưởng tượng đó tạo ra thì cơn đau kia thật chẳng đáng kể gì. Thật không thể tin nổi!!

Bạn thấy đấy, đôi khi tâm trí của ta đã dựng lên những điều tưởng tượng nhưng ta lại luôn phản ứng một cách thái quá với những điều đó, mà không hề ý thức được rằng đó có phải là những điều thực sự diễn ra hay không! Cái Tâm của chúng ta rất thích làm quá lên mọi thứ, và ít khi ta có thể đủ tỉnh táo, có ý thức để nhìn nhận một sự vật hiện tượng xảy ra theo đúng Bản Chất của nó.

Trong giao tiếp giữa người với người cũng vậy. Chúng ta thường rất hay suy diễn và viết lên một câu chuyện từ những lời nói, hành động của đối phương. Rồi từ đó, chúng ta phản ứng với những suy diễn của chính mình.

Thử hình dung nhé:

Một nhà điêu khắc tạo ra một bức tượng cô gái xinh đẹp lộng lẫy, rồi nhà điêu khắc ấy nhìn sản phẩm của mình và nói: "Ôi cô gái này đẹp quá, tôi muốn lấy cô ấy làm vợ!"

Hay cùng nhà điêu khắc đó, ông ấy tạc một bức tượng con quỷ hung ác, nhìn rất ghê rợn. Khi tạc bức tượng xong, ông nhìn nó và nói: "Ôi, con quỷ này đáng sợ quá, nó sẽ giết tôi. Tôi sẽ chết mất!"

Hình ảnh "nhà điêu khắc" này so với "con muỗi tưởng tượng" của tôi, bạn thấy có điểm chung chứ?

Đó chính xác là sự suy diễn của Tâm đã khiến ta phản ứng lại như thế nào.

Bạn còn nhớ câu chuyện tôi tập tành viết truyện hồi lớp 2 chứ?

Khi mẹ tôi kể lại cho cả nhà nghe, tôi tưởng chừng như tiếng cười của mọi người trong nhà là tiếng cười chê bai. Nỗi tự ti vốn có trong tôi trỗi dậy mạnh mẽ, đóng sập cánh cửa sáng tạo mà tôi vừa hé mở.

Thực ra, mẹ tôi không hề nói một lời chê bai nào. Mẹ chỉ cười và chia sẻ câu chuyện với mọi người bằng ánh mắt và giọng nói vui vẻ. Nhưng sự non nớt và tự ti đã khiến tôi hiểu lầm những tiếng cười ấy, khiến tôi chôn vùi ước mơ viết lách và đóng chặt cánh cửa sáng tạo của chính mình.

Khi nhìn lại, tôi mới thấy sự ngộ nhận tai hại của mình. Những tiếng cười vui vẻ ấy, nếu tôi nhìn nhận bằng sự cởi mở và khách quan, sẽ là động lực để tôi tiếp tục sở thích viết lách của chính mình.

Ruby suy ngẫm

Bạn đã khi nào bạn hối hận vì đã hành động theo sự suy diễn của tâm trí hay chưa?

Sau đó, bạn có thể đã ước giá như mình ý thức về sự việc diễn ra một cách chính xác hơn.

Nhờ thực hành thiền mà tôi học được cách quan sát những gì đang diễn ra theo đúng bản chất của nó và hạn chế những phản ứng theo khuôn mẫu thói quen trước đây, những điều đã khiến nhiều người trong chúng ta đưa ra những quyết định thiếu sáng suốt, và rồi phải khổ tâm hay hối tiếc vì điều đó.

Hãy nhớ lại một lần bạn đã hành động hoặc không dám hành động dựa trên sự suy diễn của mình.

Nếu được đưa ra quyết định khác đi, bạn sẽ làm thế nào?

Trạm lắng nghe

Có một dạo tôi lập chuyên mục Listen Station (Trạm Lắng Nghe) trên Facebook, với mong muốn có thể chia sẻ thời gian của mình cho những người cần nó một cách ý nghĩa. Mỗi cuối tuần, tôi dành ra 1-2 giờ đồng hồ để lắng nghe những chia sẻ, những câu chuyện của các bạn tôi.

"Chị Giang ơi," một người bạn nhắn tin. "Tuần này em muốn đặt lịch, sáng chủ nhật chị rảnh không ạ?"

Sau khi kiểm tra lịch và thấy trống buổi sáng chủ nhật ấy, tôi nhắn lại: "Được em ơi, sáng đó chị trống lịch nè. Hẹn gặp em nha."

Vậy là hai chị em tôi hẹn nhau buổi Zoom online. Tôi vẫn nhớ hôm đó, bạn ấy đã kể nhiều chuyện và tôi lắng nghe 100% các câu chuyện của em ấy. Bạn ấy nói rằng, rất lâu rồi bạn không kể nhiều chuyện như vậy cho ai.

Sau cuộc trò chuyện đó, tôi và bạn ấy thân với nhau hơn hẳn. Hai chị em đã có những ngày rong ruổi trên những con đường Hà Nội và có những buổi cafe tâm sự tới tận khuya về những điều xảy ra trong cuộc sống.

Một thời gian sau cuộc trò chuyện đầu tiên đó, bạn ấy có nói với tôi: "Chị Giang ơi, em nhận ra rằng việc được lắng nghe thực sự rất quan trọng. Và em đã học cách lắng nghe những người trong nhóm của mình để có thể kết nối với mọi người tốt hơn. Bây giờ, em quản lý nhóm khác với hồi trước lắm, mọi việc tốt hơn rất nhiều. Mặc dù công việc vẫn áp lực như trước thôi, nhưng vì nhóm em kết nối tốt hơn, mọi người vui vẻ hơn nên em không còn cảm thấy căng thẳng như trước nữa. Em cám ơn chị nhiều lắm."

Bạn biết không, tôi thấy rất hạnh phúc khi nghe được những điều như vậy.

Ở thời buổi này, khi mà ai cũng muốn được chú ý, ai cũng muốn thể hiện "cái tôi" xuất sắc của mình, ai cũng muốn nói, nói và nói... thì nhu cầu được lắng nghe lại trở nên cần thiết hơn bao giờ hết.

Tôi tin rằng lắng nghe là một kỹ năng cực kỳ quan trọng và quyết định chất lượng của một cuộc trò chuyện, cần thiết trong mọi mối quan hệ.

Đã bao giờ bạn gặp phải tình huống này chưa?

Bạn đi chơi với ai đó, và người bạn ấy thao thao bất tuyệt về những câu chuyện của họ. Hài hước có, vui vẻ có...

Sau đó, bạn có muốn tiếp tục lặp lại kiểu giao tiếp một chiều đó không?

Tôi e là bạn sẽ ít muốn đấy nhỉ, trừ khi không còn sự lựa chọn đối tác cafe nào khác thú vị hơn!

Với công việc thì sao?

Bạn có ý tưởng và muốn chia sẻ nhưng sếp không biết lắng nghe, hoặc ngay lập tức áp đặt quan điểm của họ lên mọi ý tưởng của bạn. Bạn có còn muốn tiếp tục chia sẻ? Hay bạn có muốn gắn bó với công việc ấy lâu dài không?

Và còn trong tình yêu?

Một mối quan hệ yêu thương không thể thiếu được sự lắng nghe nhau.

Tôi còn nhớ một buổi tối mùa Thu mát mẻ, tôi và một người bạn đi dạo quanh hồ Văn Quán. Chúng tôi nói chuyện rất nhiều, đủ các chủ đề, từ Toastmasters cho tới các vấn đề trong cuộc sống... Sau khi đi dạo hai vòng hồ và cũng đã hơi mỏi chân, chúng tôi có ngồi nghỉ ở một quán cafe ven hồ. Những câu chuyện được đi xa hơn, và sâu hơn nữa...

Tôi kể cho bạn ấy về những áp lực trong công việc, những điều không mong muốn xảy ra trong cuộc sống... Rồi nước mắt tôi rơi lã chã lúc nào không hay.

Còn bạn ấy, chỉ ngồi yên, lắng nghe tôi nói cùng với những cái gật đầu, và ánh mắt của sự thấu cảm.

Tôi như cảm thấy được đồng điệu, được chia sẻ rất nhiều sau cuộc trò chuyện đó. Tôi thầm cảm ơn người bạn tuyệt vời ấy đã cho tôi cơ hội được kể những câu chuyện của mình.

Bạn có đoán được "người bạn" đó là ai không?

"Người bạn" đó, không lâu sau được thêm một chữ quan trọng đẳng sau, và trở thành "người bạn đời" của tôi! Giữa chúng tôi đã hình thành một sợi dây kết nối vô hình mà bền chặt bởi những cuộc trò chuyện như thế.

Lắng nghe không chỉ giúp ta thấu hiểu người khác, mà còn giúp ta hiểu rõ chính mình.

Có những lúc, bạn cảm thấy bế tắc, chìm đắm trong mớ bòng bong suy nghĩ và cảm xúc hỗn độn. Thay vì chìm đắm trong lo âu, hãy dành thời gian để lắng nghe chính mình.

Lắng nghe là một món quà quý giá mà chúng ta có thể dành cho bản thân và cho người khác. Hãy học cách lắng nghe, thấu hiểu và đồng cảm, bạn sẽ nhận ra những điều kỳ diệu xảy ra trong cuộc sống của mình.

Bạn thấy đó, giao tiếp là một mối quan hệ hai chiều giữa Nói và Nghe. Đây là một mối quan hệ khăng khít bền chặt, và khi một trong hai thứ không tồn tại, thứ còn lại cũng sẽ dần bị tiêu trừ. Nhưng chỉ cần cả hai bên cùng tồn tại, mối quan hệ sẽ dần được hình thành bởi một sợi dây bền chặt, sợi dây của tình yêu thương và sự kết nối sâu sắc.

Ruby hành động

Viết lách là một cách tuyệt vời để bạn sắp xếp lại mớ hỗn độn trong tâm trí, giúp bạn nhìn nhận vấn đề rõ ràng hơn và tìm ra hướng giải quyết phù hợp. Thế nên, bạn hãy thử viết nhật ký, ghi lại những suy nghĩ, cảm xúc, lo lắng và cả những điều khiến bạn vui vẻ.

Bên cạnh việc lắng nghe bản thân, bạn có thể tìm tới một người mà bạn tin tưởng để chia sẻ câu chuyện của mình. Đó có thể là một người bạn thân thiết, hay một người thân của bạn. Chia sẻ giúp bạn giải tỏa gánh nặng, nhận được lời khuyên hữu ích và quan trọng hơn hết, bạn cảm thấy được thấu hiểu và đồng cảm.

Nếu bạn cảm thấy e ngại khi chia sẻ với người quen, hãy thử đăng tải câu chuyện của bạn lên các nhóm viết lách như "Anyone can write". Đây là nơi bạn có thể kết nối với những người có cùng sở thích, chia sẻ những câu chuyện ẩn giấu trong lòng và nhận được những phản hồi tích cực, động viên từ cộng đồng.

www.facebook.com/groups/anyonecanwrite

Phòng tập Gym-masters

"Những kiến thức này sẽ chỉ hữu ích nếu như các em thực hành và ứng dụng thường xuyên, nếu không thì sẽ nhanh quên lắm. Nên nhớ về áp dụng ngay vào các bài giảng sắp tới nhé."

Đó là lời thầy giáo nói với lớp tôi khi kết thúc khóa Train The Trainer do ngân hàng tổ chức cho các giảng viên nội bộ tháng 5/2019.

Đó là khóa học rất hữu ích với tôi lúc đó. Vì đấy là lần đầu tôi được học bài bản về thuyết trình, về giọng nói và ngôn ngữ cơ thể, về cách xây dựng nội dung bài giảng sao cho cuốn chút. Chỉ trong 2 ngày, chúng tôi được học nhiều điều mới mẻ và thú vị, nên chúng tôi hồ hởi lắm!

Tuy nhiên, do phần đào tạo nghiệp vụ chỉ là công việc hỗ trợ, thường thì 1-2 tháng, có khi 3 tháng mới có 1 khóa 1 ngày. Nên cơ hội cho tôi thực hành không nhiều.

Công việc chuyên môn bận rộn cuốn tôi đi...

1 ngày sau khóa học, tôi vẫn nhớ được những gì thầy giảng, kèm những niềm vui, tiếng cười ở trong lớp.

1 tuần, kiến thức vẫn có trong đầu tôi, nhưng hơi mờ mờ đi một chút. Tôi chỉ nhớ mang máng là mình đã rất thích điều gì đó.

1 tháng sau, chưa có cơ hội thực hành, và con chữ tôi ghi lại trong suốt khóa học đó bắt đầu nằm lại trong cuốn sổ tay, chứ không ở trong đầu tôi nữa...

Sau 2 tháng, hầu như tôi không nhớ đã học được những gì...

3 tháng sau, khi tôi bắt đầu chuẩn bị cho một khóa đào tạo giao dịch viên, thì trong đầu tôi chỉ là một tờ giấy trắng.

Tới lúc này, tôi mới thấm lời thầy giáo dặn khi kết thúc khóa học ấy. Tôi nhận ra rằng: nếu không có thực hành, kiến thức học được dù có hay tới đâu thì cũng sẽ như con tàu không neo đậu, bị gió bão cuốn phăng.

Thuyết trình hay bất cứ một kỹ năng nào cũng vậy, nếu không được rèn luyện, không được mài giũa thì không bao giờ giỏi được, để rồi có thể lại phải mất thêm biết bao thời gian tiền bạc, đi học hết lớp này tới lớp khác.

Nhưng tôi cũng băn khoăn, vì hồi ấy đi làm bận bịu tới 7-8 giờ tối mới về, nhiều khi cuối tuần cũng mang việc về làm thì thời gian đâu cho rèn luyện nữa đây? Tôi còn phải nghỉ ngơi nữa chứ.

Rồi tôi được giới thiệu về Toastmasters, dù chỉ là 2 tuần một buổi sinh hoạt, nhưng tôi đã tiến bộ trông thấy. Tôi nhận ra rằng đây là một "phòng tập gym" chính hiệu cho những kỹ năng thuyết trình, giao tiếp và lãnh đạo, giúp tôi "lên cơ tự tin" dần qua thời gian.

Thế mới thấy, sự đều đặn quan trọng như thế nào!

Tôi bắt đầu với bài nói "Phá băng", bài nói đầu tiên của bất cứ Toastmaster nào, và nhận được những phản hồi tích cực giúp tôi có cảm hứng để tiếp tục rèn luyện.

Rồi cứ hai tuần một lần, tôi lựa chọn các vai trò khác nhau trong các buổi sinh hoạt để rèn luyện. Không chỉ luyện kỹ năng thuyết trình khi làm bài nói, mà còn là kỹ năng ứng biến ở phần Table Topic[2], kỹ năng lắng nghe, đánh giá và phản hồi tích cực qua vị trí người đánh giá và nhiều vị trí luân phiên khác, đặc biệt, còn một vị trí rất quan trọng và cũng rất thử thách, đó là Toastmaster of the Day—MC của

---

[2] Table Topic là một phần không thể thiếu trong mỗi buổi sinh hoạt của một CLB Toastmasters, với một Người điều phối và các Người nói tham gia. Người điều phối sẽ đặt câu hỏi cho Người nói bất kỳ. Mỗi người nói có 1 phút đến 2 phút 30 giây để trình bày quan điểm của mình.

buổi sinh hoạt giúp dẫn dắt và điều phối cả buổi sinh hoạt đó.

Không chỉ là rèn luyện qua các buổi sinh hoạt, tại Toastmasters tôi còn được thử thách với các vai trò lãnh đạo từ cấp CLB tới cấp khu vực như:

- Tham gia một buổi tranh cử Chủ tịch CLB và đắc cử;
- Thành lập một CLB mới;
- Đảm nhận vai trò Giám đốc Toastmasters Việt Nam khu vực miền Trung, phụ trách 6 CLB trong khu vực.

Trước đây, tôi đã từng nghe rất nhiều podcast, hay đọc sách về kỹ năng lãnh đạo. Sách và những podcast đó rất hay, nhiều kiến thức hữu ích, nhưng tôi không ứng dụng được vào thực tế. Khi gấp trang sách cuối cùng lại, những kiến thức đó hầu như nằm lại trong sách.

Ở Toastmasters thì khác, tôi thực hành trực tiếp vai trò lãnh đạo đồng thời với việc làm các dự án (Projects) trong lộ trình rèn luyện (Pathways) của mình.

Cách học qua thực hành này đã giúp tôi thu lượm được những bài học kinh nghiệm quý giá hơn bất kỳ một khóa học ngắn hạn hay một cuốn sách nào đem lại. Và quan trọng hơn, quá trình này đã giúp viên ruby tự tin trong tôi ngày càng sáng rõ.

Cũng giống như khi tập gym, cách duy nhất giúp bạn lên cơ là kiên trì tập luyện hàng ngày.

Rèn luyện bất cứ một kỹ năng nào cũng vậy, kiên trì rèn luyện và thực hành đều đặn sẽ giúp bạn "lên cơ" và tự tin hơn. Và việc thi thoảng, vài tháng một lần, tập trung dành vài tiếng để rèn luyện, sẽ không có ích bằng rèn luyện đều đặn hàng ngày, mỗi ngày một chút, thậm chí hàng tuần, mỗi tuần một chút, thậm chí hai tuần một lần. Tôi thấy điều quan trọng nhất vẫn là duy trì sự đều đặn.

Kiến thức là nền tảng, nhưng nếu không biến kiến thức của người khác thành của chính mình thông qua việc thực hành để thẩm thấu, thì mình chỉ như con vẹt, nói lại chính xác những gì người khác nói, không hơn.

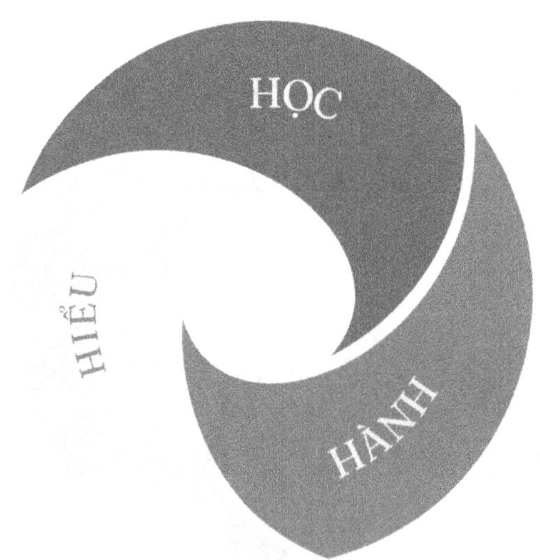

Chỉ có Thực Hành mới giúp kiến thức có được thông qua việc Học trở thành Hiểu biết của chính mình.

Ruby suy ngẫm

Vậy thì hãy xem xét lại những kỹ năng của bạn đang có, và tự đánh giá mức độ của mình.

Bạn đã dành bao nhiêu thời gian để học, để đọc sách, để nghe giảng về nó?

Bao nhiêu thời gian để tự mình suy ngẫm, thử tìm cách áp dụng?

Bạn đã dành bao nhiêu thời gian để áp dụng, và tự rút ra bài học sau mỗi lần thất bại, hoặc thành công?

Tôi không phải là siêu nhân

"Chào Phương, mình muốn lập một Câu lạc bộ Toastmasters mà chưa có kinh nghiệm gì cả. Phương có thể giúp mình được không?"

"Chào Giang, mình hẹn một cuộc gọi rồi nói chuyện cụ thể hơn nhé."

Đó là mẩu đối thoại của tôi và Phương, người-mà-bây-giờ-đã-là-chồng-tôi.

Một buổi trưa mùa hè, khi đang nghỉ trưa tại văn phòng, tôi nghĩ đến kế hoạch thành lập CLB Toastmasters của mình. Khi đó, tôi đang sinh hoạt tại một CLB online và sử dụng ngôn ngữ là tiếng Việt (Vietnam Online Toastmasters). Sau khoảng 6 tháng rèn luyện, tôi muốn thử thách mình hơn bằng một sân khấu thật chứ không phải sân khấu trực tuyến, và tôi còn muốn rèn luyện tiếng Anh nữa. Vậy là ý tưởng cho Hanoi Xplorers

Toastmasters—CLB hoạt động song ngữ Anh—Việt và gặp mặt trực tiếp ra đời.

Nhưng tôi và bạn đồng hành của mình lúc đó—Lan Kool, một cô gái rất dễ thương và giàu năng lượng, đều là những người mới. Chúng tôi chưa có kinh nghiệm mở một CLB Toastmasters, mọi thứ đều mơ hồ, chỉ duy nhất mong muốn mở CLB là rõ ràng.

Và tôi nhớ tới một người bạn trên Facebook, bạn ấy đã từng mở một CLB Toastmasters, chắc hẳn bạn ấy sẽ có kinh nghiệm và có thể giúp tôi chăng!

Rồi mẩu đối thoại ở đầu chương đã diễn ra... (Sự việc sau này như thế nào, chắc bạn cũng đoán ra phần nào rồi nhỉ!).

Ngoài sự trợ giúp của Phương, trên hành trình mở CLB này, tôi cũng đã chủ động đề nghị sự giúp đỡ của nhiều bạn Toastmasters có kinh nghiệm khác, những người đã góp phần giúp cho CLB được thành hình và đi vào hoạt động.

Nhưng bạn biết không, nếu là tôi của 3 năm về trước, tôi sẽ không hành động như vậy.

Trước đây tôi luôn nghĩ rằng mình có thể làm tất cả mọi việc một mình: sống một mình—làm một mình—chơi một mình. Tôi từng thấy việc đề nghị sự giúp đỡ từ người khác là thể hiện sự yếu đuối, kém cỏi và tôi đã không cho phép bản thân làm việc đó. "Be Strong—Hãy Mạnh Mẽ" là khẩu hiệu luôn nằm trong tâm trí tôi thời ấy.

Sự mạnh mẽ này không phải là bẩm sinh. Tôi được sinh ra cũng chỉ là một cô gái bình thường, cũng hay khóc nhè và thích được chiều. Nhưng một vài thất bại về chuyện tình cảm trong quá khứ đã khiến tôi hình thành tư duy độc lập, mạnh mẽ như vậy. "Cái tôi" bên trong dần lớn lên để bảo vệ những tổn thương trước đây.

Tôi từng không thích phụ thuộc vào người khác, ngay cả trong một mối quan hệ thân thiết. Khi bắt đầu có cảm giác mình hơi phụ thuộc về cảm xúc, ngay lập tức "cái tôi" bên trong lên tiếng cảnh báo: Cẩn thận đấy, rồi mi sẽ lại "ngã đau" như những lần trước thôi! Một phần nào đó, nỗi sợ bị đau đã ngăn tôi lại.

Nhưng, ở một mặt khác, những trải nghiệm trong quá khứ lại đem đến cho tôi những bài học giá trị và hình thành nên tôi của ngày hôm nay: biết lắng nghe, thấu cảm. Và cuộc sống đẹp chính bởi những trải nghiệm ghi dấu ấn trong lòng tôi! Vậy thì, nỗi sợ vô hình do "cái tôi" kia tạo nên liệu có đáng để khiến tôi bỏ qua những trải nghiệm thú vị trong đời?!

Thu mình lại và cố gắng tỏ ra kiên cường, thật ra không phải là mạnh mẽ, mà chỉ ẩn chứa bên trong một sự yếu đuối và sợ bị tổn thương mà thôi. Sự mạnh mẽ thể hiện ở việc tôi dám dũng cảm mở lòng bước tiếp sau những lần vấp ngã. Bởi vì phía trước, cuộc sống vẫn là một khu vườn đầy hoa thơm trái ngọt.

Cũng bởi như vậy, khi tôi đến với Toastmasters, môi trường này cho tôi một cảm giác an toàn, với những người bạn rất tích cực, luôn động viên khuyến khích nhau phát triển. Để rồi từ đó, tôi đã có một tâm trí cởi mở không chỉ với việc rèn luyện phát triển bản thân, mà tâm trí mình còn mở rộng cho những người bạn mới, những mối quan hệ mới, nơi mà mình dám đề nghị sự giúp đỡ, cũng như dám nhận sự giúp đỡ từ người khác để có thể giúp đỡ lại những người khác.

Ruby suy ngẫm

Cho đi và Nhận lại—hai điều này như một dòng chảy tự nhiên của một con sông vậy. Nếu bạn dám "Nhận", bạn cũng sẽ dám "Cho", và ngược lại. Nếu một đầu của dòng sông bị chặn lại, dòng sông sẽ không thể chảy được. Cũng như vậy, nếu một trong hai vế Cho—Nhận không tồn tại, vế còn lại cũng sẽ không thể tồn tại lâu bền.

Nếu viên ruby bên trong bạn đã có rất nhiều lớp bụi, đừng ngại đề nghị sự giúp đỡ từ người khác, cùng bạn phủi bụi và mài giũa cho viên Ruby ấy ngày càng sáng bóng hơn.

Lời chia tay

Cám ơn bạn vì đã lựa chọn cuốn sách, và đặc biệt là đã đọc tới đây.

Trước khi chia tay với một món quà cảm hứng, hãy cùng tổng kết lại...

5 Phép màu Ruby

Chúng ta có thể đã thảo luận rất nhiều, song đây là 5 phép màu mà tôi muốn gửi gắm tới bạn qua cuốn sách này. Tôi gọi chúng là phép màu, vì chúng đơn giản nhưng lại có sức mạnh rất diệu kỳ:

1) Yêu thương và trân trọng bản thân

Sự tự tin không phải là chiếc áo khoác hào nhoáng bạn khoác lên mình, mà là viên ngọc rực rỡ tỏa sáng bên trong mỗi người. Nó bắt nguồn từ sự trân trọng và yêu thương bản thân mình.

Chỉ cần bạn nhớ rằng, không ai là hoàn hảo, và chính những "chiếc mũi tẹt" mới tạo nên nét độc đáo riêng của mỗi người. Đừng để những lớp "mặt nạ" che lấp đi vẻ đẹp thực sự của mỗi chúng ta.

Khi bạn yêu thương và trân trọng chính mình, bạn sẽ tự tin tỏa sáng.

2) Thử thách bản thân qua những việc mới mẻ

Bạn khó mà biết năng lực thực sự trong mình lớn đến đâu nếu không cho nó có cơ hội thể hiện. Hãy dũng cảm bước ra khỏi vùng an toàn của chính mình, thử thách bản thân với những điều mới mẻ.

Đừng để những "bức tường" của sự sợ hãi ngăn cản bạn chinh phục những "đỉnh núi" tuyệt vời. Càng thử thách bản thân nhiều, bạn càng hiểu rõ hơn về điểm mạnh của chính mình, những điều chưa từng có cơ hội thể hiện vì bị giới hạn trong "bức tường tâm trí" kia.

3) Liên tục học hỏi và rèn luyện

Học tập là con đường mà chúng ta cần đi cả đời. Giống như việc học thuyết trình, khóa học một tháng có thể giúp bạn có kiến thức cơ bản, nhưng nếu không có môi trường thực hành liên tục, những lý thuyết đó vẫn mãi sẽ nằm trên bàn giấy.

Biến việc thực hành đó thành thói quen hàng ngày như việc tập gym sẽ giúp bạn "lên cơ tự tin" nhanh chóng, giúp viên ruby của bạn được mài giũa để ngày càng sáng bóng.

4) Đừng ngại đề nghị giúp đỡ

Nếu viên ruby bên trong bạn đã có rất nhiều lớp bụi, đừng ngại đề nghị sự giúp đỡ từ người khác, cùng bạn phủi bụi và mài dũa cho viên ruby ấy ngày càng sáng bóng hơn.

Đừng trở thành Superman, hay ra vẻ ta đây biết-tuốt, những điều này chỉ càng phủ những lớp bụi dày lên viên ruby của bạn mà thôi.

5) Mở rộng vòng tròn kết nối, ở bên những người bạn cùng tần số

Hãy tìm đến một cộng đồng nơi bạn có những người đồng minh tích cực, luôn hỗ trợ bạn. Đó có thể là một câu lạc bộ Toastmasters nếu bạn muốn trở nên tự tin hơn, muốn rèn luyện kỹ năng giao tiếp & lãnh đạo, hoặc một cộng đồng nào đó cùng chung mục tiêu, lý tưởng với bạn.

Khi có đồng minh và được ủng hộ, bạn sẽ được gia tăng năng lực hành động. Từ đó, viên ruby trong bạn sẽ dần được lộ diện.

Hãy ghi nhớ 5 phép màu này, bạn sẽ dần gỡ bỏ lớp bụi tự ti bên ngoài để viên ruby tự tin bên trong bạn tỏa sáng.

Điều quan trọng

Chỉ có hành động mới tạo ra kết quả.

Nếu bạn muốn trở thành một người giao tiếp tự tin hơn.

Nếu bạn muốn có được những mối quan hệ chất lượng hơn.

Nếu bạn muốn gặt hái được thành công trong lĩnh vực của bạn mau chóng hơn.

Thì đây là điều đơn giản, bạn có thể làm:

Mỗi ngày, hãy dành ra 5 phút để điểm lại 5 thành quả dù nhỏ nhất của chính mình. Ví dụ, đó có thể là việc bạn đã…

- Hoàn thành mục tiêu "30 giây mở bản thảo" cuốn sách đang viết, và viết được 500 chữ, hoặc cắt bỏ được 300 chữ.
- Uống hết 2 lít nước.
- Đi bộ được 5000 bước (nhiều hơn ngày hôm qua xxx bước).

- Nói chuyện lại với một người bạn lâu ngày không gặp, hoặc bắt chuyện với một người bạn mới.
- Thực hiện một bài thuyết trình ở CLB và nhận được phản hồi tích cực.

Khi bạn ghi chép lại những thành tựu của mình, dù chỉ là hoàn thành một công việc nhỏ, não bộ sẽ "tắm" trong dopamine—hormone hạnh phúc. Cảm giác hưng phấn này sẽ thôi thúc bạn tiếp tục tiến lên, chinh phục những mục tiêu cao hơn.

Hơn thế nữa, việc ghi nhận thành quả còn giúp bạn:

1) Nhận thức rõ ràng về giá trị bản thân: Khi nhìn lại những gì mình đã làm được, bạn sẽ tự hào về bản thân và trân trọng những nỗ lực của chính mình.

2) Có thêm động lực: Niềm tin vào bản thân được củng cố sẽ tiếp thêm sức mạnh

cho bạn vượt qua những khó khăn, thử thách.

3) Phát triển tư duy tích cực: Tập trung vào những điều tốt đẹp bạn đã làm sẽ giúp bạn nhìn nhận cuộc sống với con mắt lạc quan và vui vẻ hơn.

Sau "Ruby tự tin" là gì?

Cám ơn bạn một lần nữa.

Tôi hy vọng cuốn ebook này đã phần nào giúp bạn gỡ bỏ những niềm tin giới hạn, phủi bụi cho viên ruby trong chính mình.

Thật ra, tôi còn nhiều điều muốn chia sẻ với bạn lắm. Vì thế, tôi đang viết một cuốn sách lớn cùng tên. Song hành trình viết sách không đơn giản, thế nên tôi rất mong nhận được cảm nhận của bạn cho sách, dù chỉ đôi dòng thôi, nhưng sẽ tiếp thêm nguồn cảm hứng lớn cho tôi đấy!

Vì thế, bạn đừng ngại kết nối với tôi và nhận quà tại mã QR ở cuối sách nhé.

Chúc viên ruby tự tin trong bạn sớm tỏa sáng!

Đôi nét về tác giả

Giang Rita

Từng tự ti, sợ thể hiện, Giang tin rằng mình không bao giờ phù hợp với những công việc liên quan tới giao tiếp, thuyết trình, mà chỉ có thể làm việc một mình.

Nhưng sau đó, Giang từng có hàng trăm giờ đào tạo các cấp từ quản lý tới giám đốc tại một ngân hàng lớn, với nhiều phản hồi tích cực. Ngoài ra, cô còn thực hiện các bài nói truyền cảm hứng khắp cả nước, với vai trò giám đốc Toastmasters khu vực miền trung Việt Nam. Thậm chí, cô cũng đồng tác giả cuốn sách độc đáo Cuộc Cách Mạng Một Quả Chuối, nói về khoa học dinh dưỡng hiện đại, và có kênh Youtube, Podcast riêng.

Giang tin rằng: Bên trong mỗi người đều có một viên ruby tự tin, chỉ cần biết cách từng bước gỡ bỏ lớp bụi bên ngoài, sẽ tới lúc viên ngọc tỏa sáng và tự nói lên giá trị của mình.

Kết nối với tác giả và nhận quà

www.giangrita.com

P.S: Hoặc bạn cũng có thể gửi ý kiến đóng góp, chia sẻ câu chuyện của riêng bạn về địa chỉ email: tacgia@giangrita.com